SÁCH ĐẠO ĐỨC
道 德 经

SÁCH ĐẠO ĐỨC

道 德 经
(KINH ĐẠO ĐỨC)

Nghệ Thuật Sống Kiên Cường

Lão Tử
老 子

Dịch Giả
Ma Trọng Thẩm

SÁCH ĐẠO ĐỨC

All rights reserved

First Edition, 2021

© Tham Trong Ma, 2021

Mục Lục

Lời Giới Thiệu

*Nếu một người viết sách, hãy để cho
người ấy chỉ đặt xuống những gì người đó
biết. Tôi đã đoán đủ của riêng mình.*

Johann Wolfgang von Goethe – *Nhà
thơ, tiểu thuyết gia, nhà viết kịch
và nhà triết học người Đức*

Không nên coi cuốn sách này là một cuốn sách của những ý tưởng hay một cuốn sách đưa ra sự khác biệt giữa sự thiện và ác hoặc sự phân biệt giữa đúng và sai. Tuy vậy, mặc dù nó liên quan đến những chủ đề này, nhưng đây không phải là nền tảng mà cuốn sách được viết. Đây nên được coi là cuốn sách về những nguyên tắc vượt thời gian được thực hành hàng nghìn năm. Một nghiên cứu cá nhân được thực hiện dựa trên các nguyên tắc vốn có trong cuốn sách này và kết quả rất xuất sắc. Nhưng cũng nên biết rằng cuốn sách này, nói chung, là cho những ai muốn đọc nhưng không dành cho tất cả mọi người. Một số người có thể gặp khó khăn trong việc hiểu các khái niệm được giải bày trong các trang giấy hoặc những trọng tâm thông thái có thể bị che giấu đối với một số người do phong cách viết. Để thưởng thức cuốn sách này và kho báu bên trong, người ta phải nhức óc và đưa ra một cái nhìn phê phán đối với các từ ngữ, vì các từ ngữ không chỉ được tạo thành. Mỗi câu đều có mục đích.

Cuốn sách được chia thành hai phần: *Đạo* và *Đức*. Mặc dù hai yếu tố này có vẻ loại trừ lẫn nhau, nhưng ở một mức độ nào đó, chúng cũng tương tự nhau. Và cuốn sách này ở đây để cung cấp những hiểu biết sâu sắc về chúng.

Một số học giả đã coi *Đạo Đức Kinh* (*Sách Đạo Đức hay Kinh Đạo Đức*) là một tập hợp các câu nói khác nhau; ngay cả tác giả văn bản, ngày soạn, ngày sáng tác cũng đã được tranh luận rất nhiều. Những chủ đề này vẫn đang được tranh luận ngay cả ngày nay. Các nhà nghiên cứu đang làm việc không mệt mỏi để thu thập sự thật, nhưng bí ẩn này có thể tiếp tục trong nhiều thế hệ sau. Tuy nhiên, không nghi ngờ gì rằng cuốn sách - hoặc một phần chính của nó, tùy trường hợp - được ghi công rất lớn cho Lão Tử. Và cho đến khi một sự thật khác xuất hiện về quyền tác giả thực sự của cuốn *Sách Đạo Đức* thì Lão Tử sẽ tiếp tục được biết đến với tư cách là tác giả gốc, dù sao đó có lẽ là sự thật.

Phiên bản cổ nhất của cuốn sách có niên đại từ thế kỷ thứ 4 trước Công Nguyên, khi nó được cho là đã được khai quật. Tuy nhiên, một số niên đại khác đã xuất hiện liên quan đến sự xuất hiện lịch sử của cuốn sách. Một số người cho rằng một số phần của văn bản được biên soạn muộn hơn phần đầu tiên của *Zhuangzi*. Một bản thảo gây tranh cãi về *Sách Đạo Đức* được viết trên lụa, được cho là được viết vào thế kỷ thứ 2 trước Công Nguyên, cũng được khai quật từ *Mawangdui*.

Sách Đạo Đức được coi như một văn bản nền tảng cho triết học và tông phái Đạo Giáo; thực sự, nó đã ảnh hưởng mạnh mẽ đến các trường phái triết học và các giáo phái khác của Trung Quốc. Nó cũng có ảnh hưởng lớn đến Chủ Nghĩa Pháp Lý, Phật Giáo và Khổng Giáo. Văn bản phần lớn được dịch và giải thích thông qua việc sử dụng khái niệm của Nho Giáo khi lần đầu tiên được giới thiệu ở Trung Quốc. Những chuyên gia như nghệ sĩ, họa sĩ, nhà thơ, pháp gia và nhà nông đã sử dụng *Sách Đạo Đức* làm nguồn cảm hứng cho họ.

Trong những năm qua, ảnh hưởng của cuốn sách đã lan rộng ra bên ngoài bờ biển Đông Á; và nó đã giữ danh hiệu là một trong những tác phẩm được dịch nhiều nhất trong văn học thế giới. Không có gì ngạc nhiên khi nó đã được dịch sang nhiều ngôn ngữ được nói rộng rãi trên toàn thế giới.

Trong tiêu đề, *Sách Đạo Đức*, Đạo có nghĩa là 'con đường' trong tiếng Anh hoặc bất kỳ từ đồng nghĩa gần gũi nào của nó. Tuy nhiên, thuật ngữ này sau đó đã được mở rộng để có nghĩa là "con Đường" (chữ đường viết hoa). Thuật ngữ này, chữ Đạo, và ý nghĩa của nó sau đó đã được các triết gia Trung Quốc khác như Hàn Phi Tử, Mạnh Tử và Khổng Tử áp dụng. Từ và ý nghĩa của nó, có khái niệm trong Đạo Giáo, nơi nó ngụ ý về quá trình thiết yếu của vũ trụ.

Tuy nhiên, chữ Đức trong *Sách Đạo Đức* có nghĩa là 'đức hạnh', tất nhiên, có những ý nghĩa xa hơn như 'sức mạnh nội tâm', 'tính cách cá nhân' hoặc 'tính chính trực'. Các thuật ngữ hiện đại cũng đã chọn nó để có nghĩa là "tốt lành" hoặc "xuất sắc về luân lý".

Do đó, hai từ, thuật ngữ *đạo-đức* có nghĩa là "nguyên tắc đạo đức", "phẩm hạnh", "luân lý", hoặc "luân lý học". Và *kinh* hay *sách* cũng có nghĩa riêng của nó, trong ngữ cảnh này, là 'cuốn sách tuyệt vời', 'cổ điển', hoặc 'kinh điển; do đó tiêu đề chung là *Sách Đạo Đức* - hoặc, nếu được đặt tên thích hợp hơn, nên được đặt tên là Cuốn Sách Đạo Đức Vĩ Đại, nhưng tôi cảm thấy *Sách Đạo Đức* là thích hợp vì dễ hiểu (cho thời đại chúng ta); không có lý do gì cho sự dài dòng vì tất cả những ai đã đọc nó đều đồng ý rằng nó thực sự là một cuốn sách tuyệt vời.

Sách Đạo Đức cũng có thể được đặt cho những tựa đề đồng nghĩa khác, chẳng hạn như *Những Đức Tính Cổ Điển Của Đạo, Quyển Sách Về Đạo Và Đức Hạnh,* hoặc *Cuốn Sách Của Đạo Và Đức.* Một số bản dịch có tựa đề là *Đạo Và Đặc Điểm Của Nó; Cuốn Sách Kinh Điển Về Liêm Chính Và Đức; Quy Luật Của Lý Trí Và Đức Hạnh;* và *Một Luận Thuyết Về Nguyên Tắc Và Hành Động.*

Như mọi người quen thuộc đều biết, *Sách Đạo Đức* có một lịch sử văn bản lâu dài và phức tạp. Nó được cho là có niên đại cách đây hơn hai thiên niên kỷ, bao gồm các bản viết tay bằng lụa, giấy và tre được phát hiện trong thế kỷ XX.

Nguyên tác *Sách Đạo Đức* là một văn bản ngắn không quá năm nghìn chữ Hán trong 81 chương ngắn gọn; cấu trúc đã được tuân thủ cẩn thận trong bản dịch này. Tuy nhiên, có một số bằng chứng cho thấy sự phân chia các chương sau đó đã có một số bổ sung chỉ đơn giản là nhằm mục đích chú giải hoặc hỗ trợ cho việc ghi nhớ dễ dàng hơn. Bên cạnh tất cả các sai sót, sửa đổi, bản dịch và các đoạn ngắn, văn bản gốc vẫn được cấu trúc linh hoạt hơn. Sách gồm hai phần: *Đạo* bắt đầu từ chương 1 đến chương 37 và tiếp theo là *Đức,* tiếp tục từ chương 38 đến chương 81.

Như bạn sẽ sớm nhận thấy, ngay cả trong bản dịch này, cách dịch vẫn ngắn gọn và bí ẩn. Tựu trung lại, phong cách thơ mộng. Vì vậy, trong khi đọc, bạn có thể cảm thấy rằng mình đang đọc thơ. Bạn có thể dễ dàng bị lạc trong các khổ thơ và dòng chữ, nhưng thông điệp sẽ được tiếp nhận đầy đủ nếu bạn chú ý cẩn thận vào văn bản. Phong cách dịch kết hợp hai chiến lược chính

- chiến lược đầu tiên tạo ra những cụm từ đáng nhớ và chiến lược thứ hai buộc người đọc phải điều hòa những mâu thuẫn được cho là trong tác phẩm chung.

Phiên bản gốc, được viết bằng chữ Hán, có ba kiểu viết: kiểu thứ nhất là zhuànshū (chữ viết bằng ký tự); sau đó một phiên bản khác được viết bằng lìshū (văn tự) và cuối cùng là kǎishū (chữ thường). Ba phong cách này đã được duy trì qua hàng thiên niên kỷ.

Đã có nhiều ấn bản *Sách Đạo Đức* được truyền đi, nhưng có ba ấn bản chính được đặt theo tên của những chú giải ban đầu. Đầu tiên là 'Phiên bản Yan Zun', chỉ là phần tồn tại của Kinh Dịch, bắt nguồn từ một bài bình luận của các học giả thời Hán có tên là Yan Zun. Sau đó, phiên bản thứ hai là 'Phiên bản Heshang Gong', được đặt theo tên của Heshang Gong huyền thoại sống dưới thời trị vì của hoàng đế Wen thuộc nhà Hán. Phiên bản thứ ba là 'Phiên Bản Wang Bi', có nguồn gốc được xác minh rõ ràng hơn là Yan Zun hoặc Heshang Gong. Wang Bi là một triết gia nổi tiếng thời Tam Quốc về Sách Đạo Đức và Kinh Dịch.

Năm 1973, các nhà khảo cổ học đã phát hiện ra bản sao của những cuốn sách đầu tiên ở Trung Quốc, được gọi là Mawangdui Silk Texts, trong một ngôi mộ có niên đại từ năm 168 trước Công Nguyên. Các văn bản đã được liên kết với *Sách Đạo Đức*. Ngoài ra, vào năm 1993, phiên bản *Sách Đạo Đức* cổ nhất được biết đến, được viết trên các tấm thẻ tre, được tìm thấy trong một ngôi mộ khác gần thị trấn Guodian ở Jingmen Hồ Bắc và văn bản này có niên đại trước năm 300 trước Công Nguyên. Guodian Chu Slips có khoảng 800 thẻ bằng tre với tổng số 13.000 ký tự; 2.000 ký tự trong số đó tương ứng với *Sách Đạo Đức*.

Văn bản trong *Sách Đạo Đức* có chủ đề liên quan đến Đạo, hay còn được gọi là "con Đường" và cách thức thể hiện bằng Đức. Cuốn sách nói cụ thể về các đức tính tự nhiên của vô vi, hoặc không hành động, như được đề cập cụ thể trong văn bản.

Sách Đạo Đức đã được dịch hơn 250 lần sang các ngôn ngữ phương Tây, hầu hết là tiếng Anh, tiếng Pháp và tiếng Đức. Theo Holmes Welch, "Đây là một thắc mắc nổi tiếng mà mọi người đều muốn cảm thấy mình đã giải được." Thật khó để xác định *Sách Đạo Đức* lần đầu tiên được dịch sang tiếng Anh khi nào, nhưng bản dịch tiếng Anh đầu tiên đã được công khai bởi John Chalmers, một nhà truyền giáo Tin Lành người Tô Cách Lan (Scotland). Ông đặt tiêu đề cho cuốn sách *Sự Suy Đoán Về Siêu Hình Học, Chính Trị Và Đạo Đức* của "Nhà Triết Học Già" Lão Đam.

Tuy nhiên, việc dịch *Sách Đạo Đức* không dễ dàng với mọi người; có những thách thức. Vì văn bản được viết bằng chữ Hán cổ, một số người gặp khó khăn trong việc xác định nghĩa của một số từ. Người dịch chỉ phải dựa vào cách tiếp cận theo chủ đề của những dòng chữ chung trong các chương trước khi có thể sử dụng những từ phù hợp để thay thế những từ không thể hiểu được. Ngoài ra, bởi vì không có dấu chấm câu trong tiếng Trung Quốc cổ điển, rất khó để xác định một câu kết thúc ở đâu và câu khác bắt đầu từ đâu. Vì vậy, nói chung, không thể hiểu được một số chương nếu không di chuyển chuỗi ký tự từ nơi này sang nơi khác.

Riêng bản dịch này đã được thực hiện theo cách dễ hiểu và đơn giản nhất có thể. Tôi hy vọng rằng bạn thấy bản dịch này rất hài lòng và sảng khoái.

Vài Hàng Về Lão Tử

Theo bộ *Sử Ký* của Tư Mã Thiên thì Lão Tử người làng Khúc Nhân, huyện Khổ, nước Sở. Ông họ Lý, tên Nhĩ, tự Bá Dương và tên thụy là Đam. Ông làm quan giữ tàng kho sách cho nhà Chu. Người đời dự đoán ông sinh năm 601 TCN và từ quan ở ẩn năm 531 TCN; lúc ấy ông 70 tuổi.

Theo truyền thuyết thì Lão Tử chán việc triều chính đương thời nên từ quan và cưỡi trâu đi ở ẩn. Khi đi ngang qua ải Hàm Cốc, ông gặp Doãn Hỷ đang làm quan giữ ải kéo lại và nói: Nếu ngài quyết định đi ở ẩn, xin viết một bộ sách cho hậu thế. Ông ở lại cửa ải Hàm Cốc và viết quyển Sách Đạo Đức. Khi viết xong, ông giao tập sách này cho Doãn Hỷ và đi ở ẩn. Từ đó không ai biết tông tích ông sống chết ra sao.

Lão Tử chỉ viết một bộ Sách Đạo Đức. Bộ sách này về sau người ta chia làm hai phần, gồm 81 chương. Phần một gồm 37 chương, nói về Đạo và phần hai gồm 44 chương, nói về Đức. Với tất cả 5250 chữ trong 1745 câu, Lão Tử đã phủ nhận và bài xích hết cả qui mô cùng tổ chức bộ mặt xã hội phong kiến đương thời, để dựng lên một chủ thuyết "vô vi". Bộ *Sách Đạo Đức* của ông khuyên mọi người nên sống thuận với thiên nhiên, hòa với vũ trụ, tự cải hóa và bỏ dục vọng. Ông giải thích rằng nếu người và vạn vật hòa hợp với nhau thì tất cả đều vô tri, vô dục nên không còn cần tranh giành, đánh chiếm. Bởi thế, loài người sẽ có thanh bình, ấm no và hạnh phúc.

Theo các học giả trên thế giới hiện nay thì bộ *Sách Đạo Đức* là một quyển sách thuộc về tâm linh đạo học, dành cho những người đi theo con đường huyền học và siêu thoát. Nhưng xét một cách khách quan, ta phải nhìn nhận rằng *Sách Đạo Đức*, trước hết, là một quyển sách được viết ra để kêu gọi các nhà cầm quyền và chánh khách nên dùng Đạo mà trị nước. Lão Tử thực ra là một hiền giả đã cố gắng đem Đạo học vào chánh trị, dùng kinh nghiệm tâm linh mà lập thành một hệ thống triết học.

Lão Tử trong bộ *Sách Đạo Đức* cũng không quên khuyên những nhà chính trị nếu theo Đạo thì không cần lấy nhân, nghĩa, lễ, trí mà dạy dân, chỉ cần khiến cho dân giữ lấy tính giản dị chất phát mà theo tự nhiên. Cái xã hội lý tưởng của Lão Tử là nước nhỏ, ít người, không cần kỳ xảo, văn vật, không cần đến binh mã, quân lính, không cần giao thông, cũng không cần đến những đồ xa xỉ trang sức, miễn được ăn no, mặc ấm, ở yên, giữ lấy phong tục dịu dàng và hòa nhã.

Nên trong chương 80, ông khuyên:

Món ăn giản dị nhưng ngon

Vải thô sơ nhưng đẹp

Nhà thô sơ nhưng an lành

Truyền thống thuần túy nhưng vui nhộn

Lão Tử được coi là một nhân vật bán huyền thoại trong toàn cộng đồng châu Á. Ông thường được miêu tả là người cùng thời với Khổng Tử đầy quyền năng. Tuy nhiên, một số nhà sử học hiện đại cho rằng Lão Tử sống vào thời Chiến Quốc của thế kỷ thứ 4 trước Công Nguyên; người ta có thể lập luận rằng chính chính trị của chiến tranh đã thôi thúc ông viết cuốn sách duy nhất mà ông đã viết. Tuy nhiên, cuốn sách đã được coi là một cuốn sách chứa đựng rất nhiều biểu tượng và ý nghĩa sâu sắc. Ngay cả chính Lão Tử cũng nói trong sách của mình rằng nhiều người không hiểu ông và không hiểu lời dạy của ông, nên họ không biết ông. Ngay cả trong cuộc đời của mình, trước khi rời đi để sống một cuộc sống biệt lập, Lão Tử thường bị coi là một người kỳ lạ vì cách nói chuyện của ông. Ông hiếm khi nói trực tiếp; hầu hết các từ của ông đều chứa đựng những ý nghĩa sâu sắc đòi hỏi những suy nghĩ sâu sắc hơn nữa để hiểu được, điều này được phản ánh trong bài viết của ông ta. Ông được coi là một thánh nhân (một người rất khôn ngoan theo cách nói ngày nay).

Thật khó để đề cập đến những nhân vật trọng tâm của nền văn hóa Trung Quốc mà không đề cập đến Lão tử. Ông được cả các hoàng đế của triều đại nhà Đường và những người hiện đại, những người có họ Lý tôn xưng là họ ban đầu của họ; những người họ Lý này thường coi Lão Tử là người sáng lập ra dòng họ. Tuy nhiên, tính chính xác của tuyên bố này chỉ là suy đoán.

Ngay cả sau hàng nghìn năm kể từ khi sách được viết, tác phẩm của Lão Tử vẫn được chủ nghĩa pháp gia và các phong trào chống độc tài toàn trị khác nhau chấp nhận.

Một sự đồng thuận đã xuất hiện vào khoảng giữa thế kỷ 20 khi một số học giả tuyên bố rằng lịch sử của Lão Tử là đáng nghi ngờ và *Sách Đạo Đức* không đề cập đến một cá nhân nào. Một số người cho rằng đây là một tập hợp các câu nói của Đạo Giáo gồm nhiều người viết. Văn bản cổ nhất của *Sách Đạo Đức* cho đến nay đã được phục hồi như một phần của Guodian Chu

Slips. Văn bản được viết trên nan tre vào khoảng cuối thế kỷ thứ 4 trước Công nguyên.

Bộ *Sách Đạo Đức*, theo một số học giả khác, là một tên gọi khác của Lão tử. Nó đã được coi là nguồn gốc và ý tưởng của mọi sự tồn tại. Chủ đề của bài viết là dẫn dắt môn sinh trở về trạng thái tự nhiên hòa hợp với Đạo.

Rất nhiều người đã chịu ảnh hưởng bởi Lão Tử và tác phẩm của ông ấy. Họ biện hộ bằng cách tiếp cận hạn chế đối với quy chế và sự khiêm tốn trong lãnh đạo, hoặc vì mục đích chiến thuật hoặc vì lý do đạo đức và hòa bình. Tuy nhiên, mặt khác, các phong trào chống độc tài khác nhau đã chấp nhận những lời dạy của Lão Tử về việc nhấn mạnh quyền lực của kẻ yếu.

Trong một bài viết cho Encyclopædia Britannica năm 1910, Peter Kropotkin coi Lão Tử là một trong những người đề xướng sớm nhất khái niệm vô chính phủ. Tương tự như vậy, David Boaz của Viện Cato đã lấy một đoạn văn của *Kinh Đạo Đức* và đưa nó vào cuốn sách năm 1997 của ông có tựa đề *Độc Giả Theo Chủ Nghĩa Tự Do*. Nhưng triết gia như Roderick Long tin rằng các chủ đề tự do trong quan điểm của Đạo Giáo có nguồn gốc từ các nhà văn Nho giáo trước đó.

Phần I

Đạo

道

1

Đạo[1] nói ra được không phải chân đạo
Tên[2] gọi được thì không vĩnh tồn
Không tên có trước trời đất
Có tên là mẹ muôn loài.
Phi hữu thể, ta suy ra huyền bí
Hữu thể, ta nhận ra tinh hoa[3]
Hai việc kể trên cùng nguồn gốc
Nhưng khác tên
Cả hai đều sâu kín
Sâu kín trong kín sâu
Đó là cánh cửa của huyền bí.

2

Dưới vòm trời:
Chúng ta biết cái đẹp bởi vì có cái xấu
Và chúng ta biết điều lành bởi vì có điều dữ

Hữu thể và phi hữu thể được sinh với nhau
Đôi khi khó và dễ bổ sung cho nhau
Dài và ngắn thường được so sánh với nhau
Cao và thấp tựa vào nhau
Âm thanh và giọng nói hòa quyện với nhau
Trước và sau cùng giắt dìu nhau[4]

Vì vậy, theo các nhà hiền triết:
Hành động mà không di dời
Dạy mà không dùng lời
Mọi thứ đều tự phát và tự hủy

Tạo ra, nhưng không chiếm lấy
Làm ra, nhưng không cậy vào
Việc đạt thành, thân thoái
Vậy nên không thất bại.

3

Không trọng hiền sĩ,
Khiến dân không tranh giành.
Không quí của hiếm,
Khiến dân không trộm cướp.
Không gợi lòng ham muốn,
Khiến dân không rối trí.[5]

Cái trị của thánh nhân:
Khiến cho dân trí rỗng, nhưng đầy bụng
Khiến cho dân yếu lòng, nhưng mạnh xương
Khiến cho dân rỗng tâm trí, nên giảm ham muốn

Do đó, người trí không dám làm quấy
Và làm theo Đạo thì không gì không sửa trị được.

4

Đạo rỗng mà dùng thì không hết
Đạo sâu giống như gốc rễ của muôn loài

Đạo làm cùn cái nhọn
Đạo cởi trói cái rắc rối
Đạo làm dịu cái sáng chói
Đạo hài hòa với cát bụi
Đạo tăm tối nhưng dường như tồn tại

Ta không biết Đạo con ai,
Nhưng Đạo hiện ra ngoài trước cả đất trời.[6]

5

Trời đất không có lòng nhân từ
Coi mọi loài như chó hoang
Bậc thánh nhân vô tâm
Coi mọi người như chó hoang

Điều tồn tại giữa trời và đất:
Như một ống thổi lửa,
Trống rỗng nhưng vô tận,
Càng thổi thì tính năng động càng mạnh.

Nhiều lời, ít giá trị,
Hãy ghi tâm điều này.[7]

6

Đạo là hơi thở vĩnh cửu
Đạo là một phụ nữ
Phụ nữ là mẹ của thuở ban sơ
Cửa ngõ của mẹ là gốc của trời và đất.
Giống như một tấm màn che rất khó nhìn thấy
Dùng Đạo sẽ không bao giờ cạn.[8]

7

Trời là bất diệt
Tại sao nó bất diệt?
Vì Trời không sống cho riêng mình
Vì vậy, Trời là bất diệt

Trong khi thánh nhân đứng sau,
Mọi người đưa ra trước.
Thánh nhân cũng đứng ngoài,
Nên hòa đồng với mọi người.
Khi hành động không lo buồn,
Thì kết quả sẽ đến.[9]

8

Kẻ hoàn hảo giống như nước
Nước cung cấp sự sống cho vạn vật
Không cạnh tranh với bất cứ điều gì
Nước sống ở nơi người ta ghét
Do đó, nó có thể được so sánh với Đạo

Chỗ ở thì khiêm tốn
Suy nghĩ thì thật thâm sâu
Đối xử thì khoan dung
Nói năng thì thành thật
Quyết đoán thì công bằng
Làm việc thì thạo giỏi
Hành động thì hợp thời

Vì không đua chen nên tránh sai lầm.

9

Thà thiếu chút hơn quá đầy
Dao mài quá sắc, ắt chóng cùn
Nhà đầy vàng ngọc, ắt khó giữ
Giả vờ giàu sang, ắt tự hại mình

Xong việc nên lui[10]
Đó là đạo trời.

10

Giữ chắc thể xác và linh hồn làm một
Có thể giữ chúng khỏi lìa xa chăng?
Chú ý hít thở để được mềm mại
Có thể trở thành trẻ sơ sinh chăng?
Thanh tẩy tâm linh
Có thể hết vết bẩn chăng?
Yêu dân và trị nước
Có thể không có tài chăng?
Cửa trời đóng mở
Có thể làm con mái chăng?

Thông suốt mọi việc
Có thể không làm gì chăng?
Chúng ta sinh ra và lớn lên
Được dạy dỗ mà không chiếm hữu
Được tạo ra mà không kể công ơn
Được hướng dẫn mà không phán xét
Đó là gốc của Đạo.

11

Ba mươi thanh gỗ tạo nên một trục xe đẩy
Đang không trở nên có chỗ dùng
Làm nên chậu từ đất
Khoảng trống của chậu là chỗ người ta dùng
Cắt cửa và cửa sổ làm nhà
Khoảng trống trong nhà được dùng để sinh hoạt
Thực thể của mọi thứ là của cải
Khoảng trống của mọi vật là thứ để sử dụng.

12

Năm màu sắc khiến mắt ta mù lòa

Năm âm thanh khiến tai ta vo ve

Năm hương vị khiến lưỡi ta mất vị giác

Ngựa săn khiến dân tình phát điên

Của cải quý hiếm khiến con người suy thoái

Hiền nhân chỉ cầu cho cái bụng được no

Và không có gì ngoạn mục

Do đó, hãy bỏ cái này và lấy cái kia.

13

Hãy cởi mở với sự sỉ nhục

"Cởi mở với sỉ nhục" là gì?

Chấp nhận vận rủi như số phận con người

Chấp nhận không quan trọng

Nhưng không lo lắng đến sự mất còn

Điều này được gọi là "cởi mở với sự sỉ nhục"

"Chấp nhận vận rủi như số phận
con người" nghĩa là gì?

Vận rủi đến từ cơ thể của con người

Nếu không có cơ thể, vận rủi đó đến từ đâu?

Hãy quý cơ thể của ta

Như mọi người tin rằng cơ thể của chúng ta là tất cả

Yêu thế giới này như cơ thể của ta

Sau đó thì ta mới có thể hoàn thành mọi việc.[11]

14

Nhìn mà không thấy vì vô dạng

Lắng mà không nghe vì vô âm

Có được nhưng không giữ được vì vô tri vô giác

Ba thứ ấy không thể truy tìm

Vì chúng là một

Ở trên, không rực rỡ

Ở dưới, không che lấp

Thật khó để mô tả một cái gì đó

Khi ta xa nó

Nó biến thành hư vô

Hình của cái vô hình

Bóng của cái vô bóng

Nên mới gọi là không thể diễn
tả, không thể hình dung.

Đứng ở phía trước, người ta không thể nhìn thấy đầu

Đi theo sau, người ta không thể nhìn thấy phần đuôi

Giữ Đạo của quá khứ hài hòa với hiện tại

Biết căn nguyên là giềng mối của Đạo.

15

Thời cổ đại, kẻ khéo hành Đạo
Thì tinh tế, huyền bí, uyên thâm và nhiệt tình

Họ sâu xa không đoán được
Vì không đoán được
Nên người ta gượng mô tả dáng vẻ của họ
Thận trọng như người qua sông vào mùa đông
Bình tĩnh như người lúc gặp hiểm nguy
Lịch sự như lúc đón khách
Mềm dịu như lúc đá tan thành nước
Mộc mạc như gỗ nguyên sơ
Rỗng sâu như hang động
Âm u như nước bùn

Ai có thể chờ cho nước bùn lắng xuống?
Ai có thể giữ đứng yên cho đến lúc hành động?
Người dùng Đạo không muốn bị lắp đầy
Họ không muốn đầy
Là vì họ muốn thay đổi mà không bị sa thải.

16

Làm cho tất cả trống rỗng
Giữ cho tâm trí thật tĩnh lặng

Muôn loài sinh rồi diệt
Để tự quay về nguồn gốc.[12]
Trở về gốc nguồn là tĩnh lặng
Đó là theo quy luật của tự nhiên.
Quy luật của tự nhiên thì bất biến

Biết sự tuần hoàn của trời đất thì sáng;
Không biết sự tuần hoàn của trời đất thì tối.
Biết được sự tuần hoàn của trời đất thì minh mẫn
Không biết sự tuần hoàn của trời đất thì tối tăm

Biết tuần hoàn thì minh mẫn
Trạng thái minh mẫn thì tâm hồn sẽ dồi dào
Trạng thái dồi dào thì tâm hồn sẽ cư xử công bằng
Công bằng thì ở khắp mọi nơi
Mọi nơi thì thích nghi với tự nhiên
Cái gì thích nghi với tự nhiên thì thích nghi với Đạo
Làm một với Đạo là chánh Đạo
Dù thân có mất thì Đạo vẫn còn.

17

Vua giỏi thì dân chỉ biết có dân
Thấp hơn thì dân yêu mến và ngợi khen
Thấp hơn nữa thì dân sợ
Thấp nhất thì bị dân khinh thường

Vua hiền thì ít nói
Làm thế nào để người ta coi trọng
lời nói bằng cách im lặng?

Công việc được hoàn thành
Mọi thứ đã xong
Mọi người nói: "Chính họ tự làm".

18

Khi Đạo lớn lãng quên, lòng nhân từ xuất hiện

Khi trí tuệ và tài năng sinh ra, sự dối trá xuất hiện

Khi gia đình xảy ra mâu thuẫn, người tốt xuất hiện

Khi đất nước rối ren, các quan đại
thần trung thành xuất hiện.[13]

19

Dứt trí năng và bỏ kiến thức,
Con người được lợi gấp trăm lần
Dứt nhân từ và bỏ công lý,
Mọi người được hưởng phước
Dứt nghệ thuật và bỏ lợi nhuận
Trộm cướp tiêu tan
Ba thứ này là hiện thể bên ngoài
Tự chúng không đầy đủ
Vì vậy nên quan trọng hơn
Bên ngoài giữ mộc mạc
Trong lòng giữ chất phác
Bớt riêng tư
Rồi giảm khao khát.

20

Dứt học bớt phiền
Sự khác biệt giữa thiện và ác là gì?
Tại sao ta khiếp hãi những gì người khác sợ?
Mênh mông quá, không thể biết được

Mọi người hớn hở như khi thưởng thức bữa tiệc trâu
Như mùa xuân trên đồi
Tôi một mình im lặng
Như một đứa trẻ sơ sinh chưa biết cười
Rũ rượi, bước đi như một người vô gia cư

Người đời có thừa
Riêng tôi thiếu thốn
Lòng như ngu muội
Đần độn thay!
Mọi người đều sáng sủa và sắc nét
Riêng tôi là tối tăm và buồn tẻ

Mọi người như sóng biển
Riêng tôi, không biết gió thổi phương nào
Người đời bận bịu
Riêng tôi quê mùa
Tôi khác với mọi người
Tôi không giống những người khác
Tôi quý sữa mẹ nuôi muôn loài.

21

Đức lớn thì hành thuận với Đạo
Đạo không sờ mó hoặc bắt giữ được
Không sờ mó hoặc bắt giữ được
Nhưng có hình tượng bên trong
Không sờ mó hoặc bắt giữ được
Nhưng có nguyên trạng bên trong.[14]

Đạo mờ mịt
Nhưng bên trong có tố chất
Chất này rất thật
Trong đó chứa niềm tin

Tự thuở ban sơ đến giờ
Đạo là vĩnh cửu
Đạo là sự sáng tạo

Làm sao ta biết Đạo là gốc của muôn loài?
Bởi vì thế!

22

Nhường ắt thắng

Cong ắt thẳng

Cạn ắt đầy

Mòn ắt mới

Ít ắt được thêm

Nhiều ắt loạn

Thánh nhân ôm lấy một để làm gương cho thiên hạ

Không phô trương nên tỏa sáng như mặt trời mặt trăng

Không thanh minh nên nổi bật

Không kể công nên được nhận công

Không khoe khoang nên không xấu hổ

Không tranh nên không ai tranh

Bởi người xưa nói: Chấp nhận ắt thắng!

Hẳn là câu nói suông?

Thành thật vẹn toàn thì muôn vật theo về.

23

Thiên nhiên yên tĩnh

Gió mạnh không thổi nguyên buổi sáng
Mưa lớn không rơi nguyên cả ngày
Tại sao? Trời và đất!
Nếu trời đất không làm được việc đó
Sao con người lại làm được?

Người theo Đạo

Trở thành một với Đạo

Người theo Đức

Trở thành một với Đức

Người mất Đạo và Đức

Trở thành một với mất

Khi ta cùng một với Đạo

Đạo chào đón ta

Khi ta cùng với Đức

Đức luôn ở đó

Khi ta cùng một với mất

Mất cũng theo ta

Người thất tín

Không được tin.

24

Nhón chân không thể đứng vững
Bước dài không tiến xa
Phô trương không được chiếu sáng

Tự trọng không được tôn trọng
Tự phụ không đạt được bất cứ điều gì
Phách lối thì không được tồn tại

Người theo Đạo phải tránh xa các thói quen trên
Như thức ăn thừa
Như những thứ không cần thiết.

25

Có một bí ẩn đang hình thành
Sinh ra trước trời đất
Yên tĩnh và trống rỗng
Đứng một mình mà không thay đổi
Di động mãi không thấy mỏi
Có lẽ là mẹ của muôn loài
Tôi không biết phải gọi nó là gì
Nên tạm gọi là Đạo
Vì thiếu danh từ
Nên gọi là lớn
Vì Đạo lớn

Nên ta theo cùng nó
Di chuyển thật xa
Đi xa nên trở về

Bởi vậy, "Đạo là lớn
Trời là lớn
Đất là lớn
Và người cũng là lớn"
Đó là bốn thứ lớn trong vũ trụ mà người là một

Người theo đất
Đất theo trời
Trời theo Đạo
Đạo theo tự nhiên.

26

Nặng là gốc của nhẹ
Tĩnh là chủ của xao động

Thánh nhân đi bộ suốt ngày
Mắt không rời hành lý
Mặc dù có cái đẹp để chiêm ngưỡng
Song vẫn tự chủ và bình thản

Vì sao vua nắm vạn binh mà coi
việc triều đình rất nhẹ?
Vì nhẹ để tự mất mình
Và hành động nặng nề là mất tự chủ.[15]

27

Người giỏi đi không để lại dấu chân
Người nói giỏi không lỡ lời
Người tính giỏi không cần so sánh

Khéo đóng không cần khóa
Nhưng không ai mở được
Khéo gút không cần thắt
Nhưng không ai tháo ra được

Thánh nhân chăm sóc mọi người
Không thiếu một ai
Thánh nhân chăm sóc mọi thứ
Không thiếu thứ gì
Đó gọi là sáng dạ!

Ai là người tốt?
Là thầy của người xấu
Ai là người xấu?
Là của cải của người tốt

Nếu thầy không được tôn trọng
Và trò không được yêu thương
Đó là sự nhầm lẫn trong tài năng
Đây là then chốt của huyền bí.

28

Biết con đực, giữ con cái,
Tạo suối cho thiên hạ.
Tạo suối cho thiên hạ,
Đức không rời
Trở lại tuổi thơ

Biết sáng, giữ tối,
Làm gương cho thiên hạ.
Làm gương cho thiên hạ,
Đức không lìa,
Trở về vô hạn

Biết vinh, giữ nhục,
Làm hang cho thiên hạ.
Làm hang cho thiên hạ,
Đức vẹn đầy
Trở về mộc mạc

Mộc mạc thì không phân chia
Thánh nhân dùng nó để khiến trăm quan
Bởi vậy phép lớn không bị cắt xén.

29

Bạn muốn đem thiên hạ mà cải huấn?
Tôi không tin chuyện đó có thể làm được
Con người là linh thiêng
Không ai không cải cách được
Thay đổi thì hỏng
Giữ thì mất

Đôi khi những thứ ở phía trước, đôi khi ở phía sau
Đôi khi gió nóng, đôi khi lạnh
Đôi khi mạnh mẽ, đôi khi yếu đuối
Người đôi khi ở trên và cũng có khi ở dưới

Thánh nhân tránh thái quá, xa xỉ và tự mãn.

30

Những người sử dụng Đạo để giúp đỡ nhà vua
Không dựa vào binh lính mà quy phục thiên hạ
Lính dẫm chân đến đâu, gai mọc đến đó
Thắng trận lớn thì phải mất mùa

Khéo cứu nạn mà thôi
Không cậy binh lính làm mạnh

Đạt kế quả, không tự mãn
Không tự hào, không phấn khởi
Vì đó là lẽ tự nhiên
Khi không dùng tới bạo động

Mất quyền lực nên phải dùng bạo lực
Đó không phải là con đường của Đạo
Hành động trái ngược với Đạo sẽ sớm bị tiêu diệt.

31

Vũ khí tốt là công cụ đáng ngại[16]
Tất cả các loài đều ghét chúng
Người quân tử trọng bên trái
Kẻ hiếu chiến trọng bên phải

Vũ khí là dụng cụ đáng ngại
Người quân tử không dùng nó
Chỉ dùng vì bất đắt dĩ
Hòa bình là một điều quý giá
Chiến thắng không phải là thứ để vui mừng
Người vui mừng chiến thắng là một
kẻ hung dữ, thích giết người

Bằng cách thích giết chóc, họ không
thể thỏa mãn con người.
Việc lành chuộng bên trái
Việc dữ chuộng bên phải
Phó tướng đứng bên trái
Chủ tướng đứng bên phải
Đó là lấy tang lễ mà xử

Người ta nên đau khổ và buồn bã vì nhiều người chết
Đó là lý do tại sao khi chiến thắng
Người ta thực hiện tang lễ

32

Đạo mãi mãi không thể xác định được

Nó nhỏ và không có hình dạng

Không thể nắm giữ

Nếu nhà vua giữ nó

Tất cả các loài tuân theo

Trời đất ưng theo

Mưa phùn rơi

Mọi người không cần ai khắc phục
nhưng phải khuất phục chính mình

Khi Đạo phân chia, tên sẽ tạo ra

Khi tên có đủ

Người ta sẽ biết cách dừng lại

Biết cách dừng lại để tránh nguy hiểm

Đạo trên đời như nước sông trở lại biển.

33

Biết người là khéo
Biết chính mình là sáng suốt
Thắng người là có sức
Chiến thắng bản thân mới là điều mạnh mẽ

Biết đủ là giàu có
Làm việc chăm chỉ là có chí
Giữ được mình mới bền lâu
Chết mà không mất thì gọi là trường thọ.

34

Đạo lớn lan khắp chốn
Qua bên trái, qua bên phải
Được vạn vật cậy vào
Sinh ra mà không giữ lại
Việc xong không nhận mình làm

Đạo nuôi dưỡng muôn loài mà không cần làm chủ
Không dục vọng nên gọi là nhỏ
Muôn loài theo về mà không cần làm chủ
Nên gọi là lớn.

Vì tới cùng Đạo không nhận mình là lớn
Đó là lý do tại sao Đạo hoàn thành
được điều tuyệt vời.

35

Giữ được Đạo lớn thì thiên hạ theo về

Bởi vì Đạo là nơi an lạc thái bình

Người qua đường dừng lại để thưởng
thức âm nhạc và đồ ăn

Nhưng nói về Đạo thì buồn tẻ và vô vị

Nhìn không đủ thấy

Lắng không đủ nghe

Nhưng dùng Đạo thì không bao giờ hết.

36

Muốn co hãy giãn trước
Muốn yếu hãy mạnh trước
Muốn vứt bỏ hãy làm hưng khởi trước
Muốn nhận hãy cho trước
Đó là: "Vật giấu giữa ban ngày".

Mềm yếu thắng cứng mạnh[17]
Cá lớn không thể rời vực sâu
Lợi ích quốc gia không thể trưng bày.

37

Đạo ở chỗ không làm
Nhưng không gì không làm
Nếu vua chúa nhận biết điều nầy
Thì vạn vật sẽ tự biến hóa
Nếu muốn làm
Hãy trở nên đơn giản mộc mạc

Vô hình nên vô dục
Vô dục nên không bị quấy rầy
Đây là con đường dẫn đến tự chữa lành.[18]

Phần II

Đức

德

38

Người đức cao không cầu đức, nên có đức
Kẻ đức thấp hèn cầu đức, nên không có đức

Người đức cao không cần làm gì
Nhưng không việc gì không hoàn tất
Kẻ đức thấp luôn làm
Nhưng còn nhiều việc khác phải làm

Người nhân đạo làm việc không để công việc dở dang
Người chính trực làm việc, nhưng
việc làm chưa hoàn tất nhiều
Người lịch sự làm việc, nhưng không ai hưởng ứng
Nên xoắn tay áo mà ra lệnh

Khi mất Đạo, Đức sinh ra
Khi mất Đức, Nhân sinh ra
Khi mất Nhân, Nghĩa sinh ra
Khi mất Nghĩa, Lễ sinh ra

Lễ là lớp vỏ vỏ bọc của bất trung
Manh mối của các hỗn loạn
Sử dụng trí óc để đoán trước sẽ chói vào Đạo
Đây là đầu mối của sự ngu ngốc

Người đức cao sống trung thành
Chứ không trọng lễ nghi
Ở chỗ quả chứ không ở chỗ hoa
Nên chọn cái này và bỏ cái kia.[1]

39

Những vật xưa đều xuất phát từ Một
Trời là Một nên mới trong sáng
Đất là Một nên mới vững bền
Linh hồn là Một nên mới linh thiêng
Hang động là Một nên mới đầy
Vạn vật là Một nên mới sinh động
Vua là Một nên thiên hạ mới công bình
Đây là Đức của Một.[2]

Trời trong sáng thì ngăn vỡ nát
Đất vững bền thì ngăn rạng nứt
Linh hồn linh thiêng thì ngăn tiêu tán
Hang động đầy thì ngăn khô kiệt
Vạn vật sinh động thì ngăn hủy diệt
Vua công chính thì ngăn sụp đổ

Giàu sang lấy hèn mọn làm gốc
Cao lấy thấp làm nền tảng
Vua xem mình như côi cút, góa bụa và vô dụng
Vậy có phải là lấy hèn mọn làm gốc chăng?
Không phải vậy sao?
Cho nên, được khen thì mất danh dự

Hãy không phô trương như ngọc thạch
Thà bị khinh khi như sỏi đá

40

Trở về là cái động của Đạo
Sinh thành là hiệu ứng của Đạo

Đạo tạo ra tất cả mọi thứ
Hiện hữu sanh ra từ vô hiện hữu.

41

Người sáng dạ nghe Đạo thì gắng sức thực hành
Kẻ bình thường nghe Đạo thì nghi ngờ
Kẻ tối dạ nghe Đạo thì cười to
Nếu họ không cười, không phải lời Đạo

Nên lời xưa nói rằng
Đạo sáng dường như mờ
Tiến tới dường như thụt lùi
Thấy dễ dường như khó

Đức cao nhất dường như trống rỗng
Trong trẻo dường như vấn đục
Đức rộng dường như bất lực
Đức mạnh dường như yếu
Đức thực dường như ảo
Hình thực vuông không có các góc
Việc lớn làm lâu
Âm cao khó nghe
Hình dạng lớn dường như không dạng

Đạo thì bí ẩn mà không có tên Chỉ có Đạo
mới khéo léo sinh ra và tạo nên vạn vật.

42

Đạo sanh ra một

Một sanh ra hai

Hai sanh ra ba

Ba sanh ra vũ trụ[3]

Vạn vật mang khí âm, giữ khí dương

Kết lại, chúng hài hòa

Con người ghét những đứa trẻ mồ côi,
góa bụa và những kẻ vô dụng

Nhưng nhà vua tự coi mình như vậy

Do đó, suy nghĩ của vua tăng lên nhưng cũng giảm

Và sau đó suy nghĩ của vua giảm
đi nhưng cũng tăng lên

Những lời mà những người khác và tôi quảng bá là

"Kẻ bạo ngược có cái chết bạo tàn!"

Đó là điểm chính tôi đề nghị

43

Cái mềm nhất trong vũ trụ

Thắng cái cứng nhất trong vũ trụ

Trống rỗng có thể xâm nhập vào không
gian bởi vì có khoảng trống

Vì vậy, người ta biết giá trị của vô vi

Dạy không bằng lời là cái ích của vô vi

Thế gian này ít ai hiểu tới.

44

Danh vọng hay số phận: Cái nào quan trọng hơn?

Số phận hay tài sản: Cái nào giá trị hơn?

Được hay mất: Cái nào đau đớn hơn?

Tham vọng là một mất mát

Chứa nhiều, nhưng mất nhiều

Biết đủ thì không thất vọng

Biết dừng thì không nguy khốn

Vì vậy ta mãi bền vững.

45

Thật hoàn hảo dường như thiếu thốn
Sử dụng nó thì vô tận
Thật đầy dường như trống rỗng
Sử dụng thì không mệt mỏi

Thẳng có vẻ như quanh co
Khôn ngoan có vẻ như ngu ngốc
Giỏi biện luận có vẻ như vụng về

Hành động kiềm chế lạnh
Không hành động kiềm chế nóng
Không hành động là trạng thái tự nhiên của vũ trụ.

46

Khi mọi người có Đạo
Ngựa được sử dụng cho công việc đồng áng
Khi con người vô Đạo
Ngựa phải chiến đấu bên ngoài thành phố

Thảm họa không gì khác hơn là sự thiếu hiểu biết
Tác hại không gì khác chính là lòng tham vô bờ bến
Vì ai biết đủ thì luôn đủ!

47

Không đi ra ngoài nhưng biết thế giới
Không nhìn ra cửa sổ mà thấy Đạo trời
Càng đi xa, càng ít biết

Cho nên thánh nhân không ra ngoài mà biết
Không chỉ nhìn mà còn nhận ra
Không chỉ làm mà còn hoàn thành

48

Học kiến thức thì ngày một thêm lên
Học Đạo thì ngày một bớt đi

Bớt rồi lại bớt nữa
Đến mức không làm được
Vì không làm được nữa nên không việc gì không xong

Những người tuân theo quy luật tự nhiên
Không thể thất vọng
Nếu bất mãn
Công việc sẽ không được hoàn thành.

49

Thánh nhân không có trái tim của riêng mình
Thánh nhân lấy trái tim của thiên
hạ làm trái tim của mình

Ta tốt với những người tốt
Ta cũng tốt với người không tốt
Bởi vì bản chất của Đức là tốt
Ta tin những ai có lòng tin
Ta cũng tin những ai không có lòng tin
Bởi vì bản chất của Đức là tin

Thánh nhân trong thiên hạ thì vô tư
Hòa hợp với mọi người
Nên thiên hạ nhìn và nghe theo
Nên thánh nhân xem thiên hạ như trẻ thơ

50

Sinh ra được gọi là sống
Và quay lại gọi là chết

Ba phần mười sống lâu
Ba phần mười chết sớm
Ba phần mười có thể sống lâu nhưng chết sớm
Tại sao?
Vì họ coi cuộc sống quá nặng nề

Người biết sống không sợ tê giác, hổ báo
Họ chiến đấu mà không cần áo giáp
Bởi vì tê giác không có chỗ để chọc thủng
Hổ không còn chỗ để dùng nanh vuốt
Vì nanh vuốt không có chỗ để xuyên qua
Tại sao?
Vì họ không rơi vào những vị trí nguy hiểm.[4]

51

Đạo sinh

Đức dưỡng

Vật tạo hình

Hoàn cảnh làm nên

Mọi thứ đều tôn trọng Đạo và làm
cho Đức trở nên quý giá

Không ai nói tôn trọng Đạo hay coi Đức là quý

Nhưng đó là bản chất của muôn loài

Bởi vậy Đạo sinh

Đức giữ, nuôi dưỡng, trưởng thành,
chín muồi, che chở và chôn cất

Sinh ra mà không nhận

Hoàn thành mà không cần giữ

Dựng nên mà không cần làm chủ

Đó là điều kỳ diệu của Đức.[5]

52

Mọi thứ đều có nguồn gốc
Khởi đầu của mọi thứ là mẹ của tất cả
Bằng cách giữ mẹ, người ta biết con
Biết con, người ta giữ mẹ
Vì vậy, ta không gặp nguy hiểm cả đời

Kín miệng, giữ hơi
Cuộc sống đầy đủ
Hở miệng, luôn bận[6]
Cuộc sống vô phương cứu

Thấy ẩn là sáng
Giữ sức thì mạnh
Dùng Đức để trở về với Đạo
Đừng để cơ thể gặp rắc rối
Như thế thì được Đạo vĩnh cửu.

53

Nếu ta có một chút kiến thức
Ta sẽ đi trên con đường chính và chỉ sợ lạc lối
Giữ con đường chính thì dễ
Nhưng người đời lại thích lối đi tắc

Khi triều đình phô trương vẻ lộng lẫy
Thì những cánh đồng đầy cỏ dại
Và kho lương thực trống rỗng
Còn quan thì trong trang phục sang trọng
Đeo kiếm bén nhọn
Ăn uống quá mức
Của cải dư thừa
Họ là những tên cướp
Đó chắc chắn không phải con đường của Đạo.

54

Khéo trồng thì khó nhổ
Khéo nắm chặt thì khó tuột
Đức sẽ được tôn vinh từ thế hệ này qua thế hệ khác

Sửa Đức ở mình, Đức sẽ nên thực
Sửa Đức trong nhà, Đức sẽ có dư
Sửa Đức trong làng, Đức sẽ phát triển thêm
Sửa Đức trong nước, Đức sẽ dồi dào
Sửa Đức trong thiên hạ, Đức sẽ ở mọi nơi

Cho nên, do thân mình mà xét thân người
Do nhà mình mà xét nhà người
Do làng mình mà xét làng người
Do nước mình mà xét nước người
Do thiên hạ mình mà xét thiên hạ người

Làm sao ta biết được thiên hạ? Nhờ bởi thế!

55

Người có Đức sâu giống như trẻ sơ sinh
Ong, rắn không thể khạc ra ngòi độc
Thú dữ không vồ lấy
Chim không thể mổ
Xương mềm, gân yếu
Nhưng giữ vững
Chưa biết quan hệ tình dục giữa nam và nữ
Nhưng sức sống hoàn hảo đang sống trong sự dồi dào
La hét cả ngày nhưng không khàn tiếng
Đó gọi là sự hòa hợp.

Biết hòa hợp thì bất biến
Biết bất biến thì sáng

Tham lam là thảm họa
Tham lam không phải là hòa hợp
Bất hòa là đối lập với Đạo
Ngược lại với Đạo thì sớm bị phá hủy.[7]

56

Người biết thì không nói
Kẻ nói thì không biết

Lấp lỗ

Đóng cửa

Bẻ nhọn

Gỡ rối

Che sáng

Hòa với cát bụi

Đây gọi là hòa đồng

Ai hiểu được trạng thái này?
Thì không có phân biệt bạn hay thù
Lợi hay hại, cao quí hay đê tiện
Đây là bậc tôn quí nhất trong thiên hạ.[8]

57

Dùng chính Đạo mà trị quốc
Sử dụng bất ngờ để tấn công trong trận chiến
Không chiến đấu mà khuất phục thiên hạ

Làm sao ta biết được vậy?
Tại vì thế này:
Càng nhiều luật cấm, thiên hạ thêm nghèo
Vũ khí càng sắc bén, đất nước thêm rối loạn
Càng nhiều người tài khéo, việc bậy thêm xảy ra
Càng nhiều pháp luật, kẻ cướp thêm nhiều

Vì vậy bậc thánh nhân:
Không làm gì mà thiên hạ tự cải hóa
An nhàn mà thiên hạ tự trong sạch
Ban luật mà thiên hạ trở nên giàu có
Không cầu dục vọng mà thiên hạ trở về mộc mạc.[9]

58

Chính trị lu mờ thì dân đơn thuần

Chính trị rõ ràng thì dân xảo quyệt

Thảm họa là điểm tựa của phước lành

Phước lành ẩn dưới bóng của thảm họa

Ai có thể hiểu được thế nào là tai họa và phước lành?

Chúng không theo một hướng nhất định

Trung thực trở thành dối trá

Lòng tốt trở nên đáng ngờ

Loài người đã ở trong tình trạng u
mê trong một thời gian dài!

Nên bậc thánh nhân:

Hãy sắc bén mà không làm tổn thương

Chỉ cần không gây hại

Thắng thắn mà không xúc phạm

Sáng mà không chói lòa.

59

Trong việc lo cho kẻ khác và thờ trời

Không gì bằng kiềm chế

Kiềm chế bắt đầu bằng từ bỏ ý mình

Điều này thuộc về Đức có được từ kinh nghiệm

Nếu trữ nhiều Đức thì không có
gì không hoàn tác được

Nếu không có gì không hoàn tác
được thì không bị hạn chế

Nếu không bị hạn chế thì là người trị được nước

Nắm được cái gốc của trị nước thì được lâu dài

Đó gọi là rễ sâu, gốc bền

Đó là Đạo để sống lâu và nhìn xuyên suốt.

60

Trị một nước lớn như nấu một con cá con

Nếu bậc thánh nhân dùng Đạo
Ma quỷ sẽ không hiệu quả
Và thần cũng không hại con người được
Chẳng những thần không hại con người được
Mà thánh nhân cũng không làm hại mọi người
Hai bên không làm hại lẫn nhau
Nên Đức cứ tiếp tục trở về.[10]

61

Nước lớn dường như nằm ở vùng đất thấp
Đó là nơi tụ họp của muôn loài
Là mẹ của vạn vật

Giống cái chiếm ưu thế hơn giống
đực nhờ sự tĩnh lặng
Lấy sự tĩnh lặng như một nơi thấp

Vì vậy, nếu nước lớn khiêm hạ với nước nhỏ
Thì sẽ chinh phục được nước nhỏ
Nước nhỏ mà khiêm hạ với nước lớn
Thì sẽ được nước lớn bảo hộ
Vì vậy hoặc ở dưới để lấy được
Hoặc ở dưới để được bảo bọc

Nước lớn muốn chứa nhiều người
Nước nhỏ cần nhiều người chứa
Mỗi bên đạt điều mình muốn
Vậy nước lớn nên học khiêm hạ.

62

Đạo là gốc muôn loài
Là kho tàng của người tốt
Là nơi ẩn náu của những kẻ xấu

Lời nói ngọt ngào có thể mua được danh tiếng
Làm những việc tốt có thể làm tăng thêm sự tôn trọng
Nhưng nếu là người xấu thì tại sao phải bỏ?

Vì vậy, vào ngày nhà vua lên ngôi
Bổ nhiệm ba bộ trưởng
Hai tay dâng ngọc trước cỗ xe tứ mã
Chi bằng quì dưới bùn mà cầu Đạo

Tại sao con người thời cổ đại lại thích Đạo?
Nó không phải là những gì người ta đang tìm kiếm?
Và nếu có tội, một người sẽ được tha thứ?
Vì vậy, Đạo là quý giá nhất đối với con người.

63

Hành động mà không di chuyển
Làm mà không nhúng tay vào
Nếm cái không vị
Tăng cái nhỏ
Tạo thêm cái ít

Mưu việc khó lúc còn dễ
Mưu việc lớn lúc còn nhỏ hoặc lúc chưa xuất hiện
Việc khó trong thiên hạ
Ắt phát xuất từ việc dễ
Việc lớn trong thiên hạ
Ắt phát xuất từ việc nhỏ

Thánh nhân không làm việc lớn
Nên hoàn thành việc lớn

Ít người tin vào những lời hứa suông
Họ coi thường mọi thứ và đối mặt với khó khăn
Thánh nhân coi mọi thứ đều khó
Do đó, không có rắc rối.[11]

64

Trong tĩnh lặng thì rất dễ am hiểu
Trống rỗng thì dễ lập kế hoạch
Giòn thì dễ vỡ
Các mảnh nhỏ thì dễ phân tán
Ngăn ngừa lúc chưa hiện
Trị lúc chưa loạn

Cây to bằng người ôm
Sinh ra từ một hạt giống nhỏ
Lầu cao chín tầng
Dựng lên từ một thùng đất
Hành trình ngàn dặm
Bắt đầu bằng bước đầu tiên

Làm thì hỏng
Giữ thì mất
Bởi vậy:
Thánh nhân không làm
Nên không hỏng
Không giữ
Nên không mất

Mọi thứ thường thất bại khi sắp hoàn thành

Vì không thận trọng như lúc đầu

Nếu các việc sau được thận trọng như lúc đầu

Mọi việc sẽ không thất bại

Vì vậy, thánh nhân tránh tham vọng

Không tham vật quí

Chỉ muốn hướng dẫn cho những thiếu hướng dẫn

Giúp đưa mọi người trở lại Đạo

Giúp mọi thứ phát triển tự nhiên

Vì vậy, ta không nên can thiệp vào bất cứ điều gì.

65

Kẻ hiền ngày xưa không dùng Đạo để soi
sáng cho dân Chỉ sử dụng Đạo để làm
cho mọi người trở nên trung thực

Người đa mưu khó cai trị

Đem trí khôn để trị dân sẽ làm hại đất nước

Không dùng trí khôn thì phúc cho dân

Hiểu hai điều ấy là hiểu luật trời

Thông hai phép ấy thì được gọi là huyền đức

Huyền đức thì sâu sắc

Sâu sắc rồi cùng vạn vật trở về nguyên thủy

Chúng phù hợp với tự nhiên.[12]

66

Sông biển làm vua trăm khe suối
Vì khéo ở chốn thấp hơn
Muốn ở trên thiên hạ
Phải nói những lời khiêm hạ
Muốn đứng trước thiên hạ
Phải lùi ra sau

Do đó, thánh nhân:
Ở trên, nhưng mọi người không cảm thấy nặng nề
Phía trước, nhưng mọi người không
cảm thấy bị che khuất
Nên người ta thờ mà không biết chán

Vì không tranh
Nên không có ai tranh.[13]

67

Mọi người bảo Đạo của tôi thật lớn

Không có gì giống như Đạo

Nếu vậy, Đạo đã nhỏ rồi

Có ba báu vật mà tôi luôn cẩn thận giữ bên mình:

Một là lòng lành[14]

Thứ hai là cần kiệm[15]

Thứ ba là không dám đứng trước mọi người

Lòng lành nên sinh ra dũng cảm

Cần kiệm nên được sung túc

Không dám đứng trước nên được
tôn làm chủ mọi người

Bỏ lành mà dũng cảm

Không cần kiệm mà sung túc

Không chịu đứng sau mà làm chủ mọi người

Tất phải chết!

Lấy lòng lành để chiến đấu, ắt thắng

Lấy lòng lành để thủ, ắt vững

Trời muốn cứu ai

Thì cho người ấy lòng lành để giúp họ.

68

Một võ sĩ giỏi không sử dụng sự
hung hăng trong võ thuật

Một võ sĩ giỏi không nổi giận

Người chiến thắng thông minh không
phải chiến đấu trực tiếp với kẻ thù

Một nhà lãnh đạo thông minh đặt mình ở bên dưới

Người có Đức không tranh

Người được mệnh danh là người có đức
thì biết sử dụng sức của người khác

Vì vậy, điều đó là hoàn toàn phù hợp với Đạo.

69

Tiến hành một cuộc chiến tranh có nói:

Ta không dám làm chủ

Nhưng chỉ muốn trở thành một vị khách

Ta không dám tiến thêm một tấc

Nhưng chỉ muốn lùi lại một bước

Đó là tiến mà không cần cạnh tranh

Ra trận mà không cần phải nhấc cánh tay

Bắt kẻ thù mà không cần sử dụng vũ khí

Chiến thắng kẻ thù giống như đi
vào chỗ không người[16]

Không họa gì lớn bằng khinh địch

Khinh địch sẽ mất nhiều báu vật
của ta như lá rụng trên cành

Nên khi giao chiến

Bên nào có lòng lành sẽ thắng.[17]

70

Lời nói của ta dễ hiểu, dễ thực hành
Nhưng mọi người không hiểu
Do đó, không thực hành

Lời của ta có gốc rễ
Công việc của ta được cấu trúc tốt
Bởi vì mọi người không hiểu ta
Nên họ không biết ta

Người hiểu ta rất ít
Người theo ta rất hiếm
Nên thánh nhân mặc vải thô
Mà lòng ôm ngọc quí.

71

Biết điều chưa biết là ưu việt
Không biết nhưng giả vờ biết là sai

Sở dĩ không sai
Vì biết sai là căn bệnh
Nên không mắc bệnh.

72

Khi mọi người không sợ quyền lực
Thì vua phải sợ hãi đến quyền lực của mình

Đừng ức bách đời sống của dân
Đừng ức bách việc làm của dân
Không ức bách dân nên dân không ức bách vua

Thánh nhân tự biết mình nên không khoe khoang
Tự giữ Đức mình nên không kiêu hãnh
Nên ta bỏ cái sau mà giữ cái trước.

73

Người dũng mà tham đánh, ắt chết
Người dũng mà điềm tĩnh, ắt sống
Hai thứ đó:
Một sinh một diệt
Nên hết sức thận trọng
Dẫu thánh nhân cũng cho là khó!

Đạo trời, không tranh mà khéo thắng
Không nói mà khéo đáp ứng
Không gọi mà vạn vật tự đến
Yên tịnh mà mưu sâu

Lưới trời thưa
Tuy thưa mà rất khó để vượt qua.[18]

74

Con người không sợ chết
Tại sao lại dùng cái chết để hù dọa?
Nếu chết khiến mọi người luôn sợ hãi
Và nếu mọi tên tội phạm bị bắt và bị giết
Vậy còn lại ai?

Việc giết người được thực hiện bởi đao phủ
Thay thế người đó
Như thay thợ đẽo gỗ
Hiếm khi không bị đứt tay.

75

Thuế nặng khiến người dân đói
Và dân thì khó cai trị vì luật quá nghiêm

Dân coi thường cái chết
Vì bọn cầm quyền hà khắc

Chỉ những người sống không quá cực
Mới quí mạng sống.

76

Con người mới sinh ra thì mềm dẻo
Khi chết thì cứng ngắc
Cây cối mới sinh ra thì mềm dịu
Khi chết thì cứng khô

Vậy cứng mạnh là cái chết
Mềm yếu là sự sống
Mạnh bạo thì chết

Cây cứng ắt bị chặt
Nên cứng mạnh thì đặt ở dưới
Mềm yếu thì đặt ở trên.

77

Đạo trời như dương cung
Cao thì hạ xuống;
Thấp thì đưa lên
Bỏ thặng dư
Lấp đầy thiếu hụt

Đạo người thì không vậy
Giảm chỗ thiếu
Thêm chỗ thừa

Ai biết lấy của thừa mà chia cho thiên hạ?
Chỉ người có Đạo mới làm vậy!

Nên thánh nhân làm mà không dựa vào thành công
Việc thành mà không tranh công
Không thể hiện sự khéo léo của bản thân.

78

Dưới vòm trời, không gì mềm hơn nước
Nhưng công phá vật cứng rắn thì không gì hơn
Vì vậy, không gì có thể thay thế nó[19]

Yếu thắng mạnh
Mềm thắng cứng
Mọi người ai cũng biết
Nhưng chẳng ai theo được

Nên thánh nhân:
Chịu đựng được vết nhơ của nước nhà
Thì mới làm chủ đất nước được
Chịu đựng được tai họa của thiên hạ
Thì mới làm vua thiên hạ[20]

Lời thẳng nghe như ngược ngạo.

79

Giải quyết mối thù lớn
Tuy nhiên, sự thù địch nhỏ vẫn tồn tại
Vậy tại sao lại như vậy?

Nên thánh nhân:
Giữ hợp đồng ở bên trái
Không bị quấy rối

Người có Đức thì tuân giữ các điều
khoảng trong hiệp ước
Kẻ vô Đức thì lấy hết cả

Đạo trời không thiên vị
Nhưng luôn đứng bên người có Đức.[21]

80

Một quốc gia nhỏ có dân số nhỏ
Mặc dù có nhiều phương tiện
Nhưng vẫn không cần đến

Dân coi trọng cái chết
Vì vậy họ không rời xa gia đình
Có thuyền và xe
Nhưng không cần sử dụng chúng
Có áo giáp và vũ khí
Nhưng chúng chỉ trưng bày

Khiến dân sử dụng lại kiểu thắt nút
Món ăn giản dị nhưng ngon
Vải thô nhưng đẹp
Nhà thô nhưng an lành
Truyền thống thuần túy nhưng vui nhộn

Nên các nước láng giềng trông thấy nhau
Nghe tiếng gà gáy, chó sủa của nhau
Nhưng đến khi già chết
Vẫn không qua lại với nhau.[22]

81

Lời nói trung thực không lòe loẹt
Lời nói lòe loẹt không trung thực
Người tốt không tranh cãi
Người tranh cãi không tốt
Người hiểu biết không rộng trí
Kẻ rộng trí không hiểu biết

Thánh nhân không tích trữ
Càng giúp người, càng có dư
Càng cho người, càng có thêm

Đạo trời rộng mở mà không cản trở
Đạo thánh nhân thì làm mà không tranh.[23]

Chú Thích

Phần I: Đạo (Chương 1 đến Chương 37)

1. Đạo là cái đường mà người ta bước theo, sai khiến tất cả vạn vật không biết do theo đâu mà ra. Đạo là luật biến hóa chung của vũ trụ, cai quản muôn loài.

2. Hễ dùng đến danh từ để chỉ định vật gì thì vật được chỉ định đã bị hạn chế. Vì Đạo là tuyệt đối nên không có gì để so sánh.

3. Cái thể của Đạo là "không", vô cùng huyền diệu. Cái dụng của Đạo là "có", vô cùng lớn lao.

4. Các câu này dùng luật phản biện ở đời, mục đích chỉ khuyên ta nên để lòng thản nhiên trước mọi sự. Được như vậy thì tâm mới yên tĩnh.

5. Lão Tử cho rằng dục vọng là đầu mối của sự loạn. Ông quan niệm rằng mọi người chỉ cần đủ ăn, khỏe mạnh, thuần phác, không ham muốn thì xã hội sẽ tự nhiên được tự trị.

6. Dụng thể của Đạo vừa là thực thể vừa là hư không, lấy không hết, dùng không kiệt, linh động vô cùng. Vì đạo là tự nhiên vô thủy vô chung, nhiệm mầu ở khắp mọi nơi. Thể khó tìm, dụng khó nhận.

7. Đạo sinh muôn loài một cách tự nhiên. Người đời xử sự nên thuận theo lẽ tự nhiên thì mọi sự việc đều được vào đúng chỗ. Xã hội sẽ yên vui bình an.

8. Vì thể của đạo là hư vô nên mới bao trùm, chứa đựng, hóa sinh và nuôi nấng muôn loài mà không bao giờ cạn.

9. Bậc thánh nhân đạt tới chỗ cao siêu vì lấy người, lấy việc làm mình; đặt người, đặt việc trước mình.

10. "Xong việc nên lui" đồng nghĩa với câu dân gian: "công thành thân thoái".

11. Giữ chức vụ mà không bỏ phế, xử sự theo chánh nghĩa mà không đổi lòng, thấy điều hiềm nghi mà không miễn chấp bừa bãi, thấy điều lợi mà không lấy bừa bãi, người có đủ điều kiện trên là bậc anh kiệt.

12. Mọi vật chuyển động theo khuynh hướng nghịch nhau: ra đi rồi trở về. Trở về là về nguồn, là tịnh và cũng là Đạo.

13. Khi muôn vật đều sống tự nhiên theo bản tính, không có con người ra tay can thiệp, không có sự gượng gạo gò ép, thì không có lý do gì cần phải thực hành nhân, nghĩa, lễ, từ, hiếu, trung. Các thứ ấy phạm vào tư chất thiên nhiên của loài người và chỉ phát sinh để đối lập lại với một xã hội trụy lạc bất lương.

14. Chẳng có gì sáng suốt bằng cách xét cái thể chất bên trong của sự việc.

15. Mất mình để nghe ý dân, mất tự chủ để làm theo ý dân.

16. Kẻ có đạo không bao giờ tha thiết với việc dấy binh, dùng võ lực. Nếu phải dùng tới thì dẫu thắng thua cũng nhiều người chết nơi chiến địa. Đó là điều bất hạnh cho thiên hạ.

17. Đạo và kiến thức thế tục khác xa nhau lắm, nên Lão Tử dùng 4 câu đầu tương phản để chỉ "Mềm yếu thắng cứng mạnh".

18. Ngay đến Đạo ta cũng không ham muốn. Không ham bởi vì ta đã hòa mình vào Đạo. Ta với Đạo là một. Vậy mới thực Đạo. Nếu ta còn ham muốn Đạo tức là Đạo khác với ta. Ta ở ngoài Đạo. Thế nghĩa là Đạo như một chướng ngại cho ta. Cho nên cả Đạo ta cũng không thèm.

Phần II: Đức (Chương 38 đến Chương 81)

1. Chương nầy thâu tóm được tôn chỉ của Lão Tử. Ông lấy "không tên" là đạo và "có tên" là đức, thuộc về hữu vi, rồi thứ tự từ đức đi xuống tới nhân, nghĩa, lễ, trí. Càng xuống càng thấp kém, xa đạo. Trời đất sinh muôn vật, đất lớn rất mực mà trời đất chưa từng tự nhận lấy là có đức. Muôn vật cũng không hề biết đến đức của trời đất. Đó chính là không cần đức, không nhận đức, không biết đức. Cho nên mới có đức siêu việt, hoàn toàn. Thật sự, theo Lão Tử, trời đất có làm gì đâu, tuy nhiên không vật nào không sinh thành. Muôn vật sinh thành mà trời đất chưa từng cần phải can thiệp hay tự nhận công. Đó chính là vì không làm, nên không có cái gì để làm, mà cũng không có cái gì không, bởi thiên nhiên tự làm ra vậy.

2. Đức là cái mà người ta được nơi mình, bao trùm mọi việc, là cho tất cả đều được như ý của mình (Đức là quyền năng thiêng liêng của các bậc thánh, nhờ đó mà họ làm việc gì cũng dễ thành công).

3. Đạo là vô vi, một là hình thể, hai là âm dương, ba là âm dương hòa hợp. Âm dương tương hòa, sinh ra muôn vật.

4. Đã là con người thì ai cũng tham sống sợ chết. Nhưng cái tham sống khiến con người mù quáng,

đại dột, tự rút ngắn sự sống và tự đào hố chôn mình. Vì ngoài thì để vật chất tàn phá, trong thì để thị dục đốt cháy, đối với đồng loại thì ghen ghét, tranh giành. Đó chẳng phải tự mình lao vào gươm, vào hổ, vào tê giác sao?

5. Đạo là thể của đức. Đức là dụng của đạo. Vậy thể là đạo, dụng là đức. Nên cái dụng của đạo thật sâu kín, nhiệm mầu.

6. Càng nói càng sai, càng làm càng bậy.

7. Tô Triệt bàn rằng: Lão Tử mỗi khi nói đến đạo đức thường đem trẻ thơ ra làm tỷ dụ, ấy là muốn nói đến thể vậy. Ôi! Trẻ thơ có vật ngoài tới mà không biết phản ứng nên chưa thể nói đến dụng được. Nó vốn im lìm, lặng thinh, không có tư dục. Cái thể của nó rất hồn nhiên. Con người có tâm rồi sau mới có hình. Có hình ắt có sự va chạm với những vật khác chống đối lại ta. Sự tổn thương không nói cho cùng. Duy chỉ đứa trẻ thơ vô tâm, không đối chọi với vật ngoài. Hỏi còn do ngả nào làm tổn thương tới nó? Nó không cầm giữ mà tự nắm chắc. Nó không ham muốn mà tự hoạt động, phản ứng. Chính vì tính nó có thừa chứ không phải do tâm nó. Nếu tâm đã động ắt khí bị thiệt hại, mà gào thét phải đưa tới mất tiếng khản giọng. Nay nó suốt ngày gào thét mà vẫn an nhiên thư thái, chỉ vì tâm nó không động và khí nó êm hòa. Hòa thì không để cho cái ở ngoài hại cái bên trong. Biết hòa gọi là thường, thế là giữ được gốc để ứng phó muôn vật xung quanh. Trái lại, làm cho sự sống tăng lên nhiều, khiến khí không thể phản ứng theo đạo tự nhiên. Con người càng ngày càng cứng mạnh, gắng hết sức mình, cái già sẽ sồng sộc theo sau. Như thế là bỏ mất bản tính của trẻ thơ con đỏ.

8. Tô Triệt nói: phàm vật có thể thân gần thì cũng có thể lạnh nhạt, có thể cao sang thì cũng có thể hèn hạ. Bậc người hòa cùng một thể với đạo, bao trùm đồng đều suốt khắp muôn vật, nên không có vật nào thân gần, vật nào xa lánh, coi cảnh thuận cũng như cảnh nghịch, cảnh sướng cũng như cảnh khổ, nên không có chuyện lợi hại. Không biết thế nào là vinh, thế nào là nhục, nên cũng không có kẻ quý người tiện. Tất cả mọi tương đối đều gạt ra ngoài vòng cảm nghĩ. Vì vậy nên ở trong thiên hạ rất mực cao, sang.

9. Trương Mặc Sinh rằng: kẻ sửa sang việc nước, cặp mắt phải nhìn xa, thấy rộng, mưu toan những việc trường cửu, cho nên không dùng kỳ mà dùng chính. Binh là vật bất tường, hung hiểm, đấng thánh nhân thế chẳng đừng được mới cần đến, chẳng qua chỉ tạm đối phó với biến cố nhất thời. Cho nên mới nói "Đem ngay ngắn sửa sang việc nước, đem mưu mẹo điều khiển việc quân". Tuy nhiên, đem ngay ngắn trị nước đành là hợp với đạo. Nhưng vẫn là lối trị hữu vi, chỉ có thể giữ được một nước thôi, chứ lấy cả thiên hạ thì quyết không thể được. Vì vậy lại nói đem "không việc để lấy thiên hạ". Không việc nghĩa là vô vi, không làm, không đặt bày bới việc. Thủ là lấy, ở đây có nghĩa là nắm giữ để sửa sang, sắp đặt thay đổi. Tức là khiến cho thiên hạ tự nhiên hóa hành theo đạo, bằng đường lối vô vi.

10. Chương này mượn việc nấu cá con để ví với việc sửa trị nước lớn. Nấu cá con không nên khinh thường khuấy đảo. Sửa trị nước lớn cũng không nên bày vẽ lắm việc, nay đổi mai thay. Không lắm việc đổi thay tức là chỉ dốc một lòng theo đạo biến hóa tự nhiên, áp dụng phép "sửa trị mà không làm gì". Được như thế, trời đất, quỷ thần, muôn vật,

thiên hạ đều yên chốn yên nơi, không làm thiệt hại lẫn nhau. Đức sẽ cùng nhau liền nối giao hòa quay về Một vậy.

11. Chương này nói về đường lối giữ đạo tự nhiên. Chỉ có người giữ đạo đối với to, nhỏ, ít, nhiều mới có thể coi như nhất tề đồng đẳng. Duy chỉ có người giữ đạo đối với việc ơn đền oán trả mới cư xử trái với thường tình thế tục. Đến như mưu toan việc khó từ chỗ dễ, làm việc lớn từ chỗ nhỏ, thì cũng chỉ người giữ đạo, biết gốc, mới hiểu được ý nghĩa cái dễ, cái nhỏ ấy mà thôi.

12. Dân theo về đạo cũng như nước chảy xuống thấp, thuận xuôi giòng. Người trên hướng dẫn nhân dân, tuy nhân dân không hiểu biết nhưng vẫn có thể làm theo. Đến khi hiểu thấu, đã hưởng được mùi vị chân thực của đạo, ắt tay múa, chân dậm mà tự nhiên hân hoan giác ngộ.

13. Vua không cậy giỏi, thiên hạ sẽ không ai tranh giỏi với mình. Vua không khoe công, thiên hạ sẽ không ai cùng vua tranh công. Vua phải cư xử làm sao cho thiên hạ quyên rằng có vua ở trên, ở trước mọi người thì lúc ấy thiên hạ sẽ vui vẻ suy tôn vua lên ngồi trên, đứng trước.

14. Lòng lành là do tâm mà ra. Đó chính là cái dụng của đạo. Ví dụ như khi con gặp nguy hiểm đến tính mạng. Bà mẹ dám hy sinh cả đến tính mạng để cứu con. Hỏi còn sức mạnh nào bằng sức mạnh tỏa ra từ đáy lòng của một bà từ mẫu?

15. Pháp gia Hàn Phi Tử luận rằng: kẻ sĩ khôn ngoan dùng của biết tằn tiện ắt làm giàu. Thánh nhân biết bảo trọng tinh thần ắt tinh thần xung mãn, không bị tổn hao. Bậc nhân chủ biết quý sinh mạng binh

sĩ, ắt dân số ngày một thêm nhiều và nước sẽ ngày càng mở rộng. Tóm lại, của giàu, tinh thần xung mãn, dân đông, nước rộng lớn, cuộc sống dồi dào đầy đủ. Tất cả đều do một chữ kiệm mà ra.

16. Chủ nghịch, khách thuận; chủ mệt mỏi, khách ung dung; tiến lên là kiêu căng, lùi về là nhún nhường; tiến lên là nóng nảy giao động, lui là hòa nhã lặng yên. Lấy thuận đón địch; lấy nhàn chờ mỏi; lấy nhũn đợi kiêu; lấy yên tĩnh đợi nóng nảy vội vàng. Sức quân như thế là sức quân vô địch. Quân ấy đi không bày trận; xoắn áo không cánh tay; cầm khí giới không khí giới; bắt giặc không đối địch. Các điểm trên cho ta thấy thế nào là không đánh mà thắng, như đem quân vào chốn không người.

17. Vì thánh nhân biết đau đớn xót thương nên mới cảm kích mọi người, khiến toàn dân hăm hở vùng lên. Cho nên nhất định thắng kẻ thù. Vậy mới nói rằng: nên khi giao chiến, bên nào có lòng thành sẽ thắng.

18. Ngụy Nguyên giải rằng: mạnh trong sự dám làm ắt thường chú ý vào điểm tất giết không tha. Mạnh trong sự không dám làm, ắt thường chú ý vào điểm giữ gìn mạng sống của con người. Trong hai đường, cùng dùng cái mạnh, nhưng bên lợi bên hại, lại chia hai. Không thể không xét kỹ. Tại sao? Vì kẻ mạnh ở sự dám giết, tự nhân là mình thuận theo lòng trời giận ghét đấy, nên cả quyết thực hành không cho là khó khăn gì cả. Nhưng ý trời sâu thẳm, ai biết chắc người nào thực bị trời ghét giận. Bởi thế ngay đến thánh nhân vâng mệnh trời đi phạt tội, mà trong khoảng dùng hình luật giết chóc còn năm nắm nơm nớp không dám khinh thường. Trời sinh muôn vật như cha mẹ sinh ra các con, sinh ra mà không từng

có lòng dạ hủy diệt bao giờ. Kịp đến khi có vật tự lao mình tìm vào đường chết, dù muốn cứu cũng không xong nên mới nghiêng lưới úp xuống đầu. Chứng tỏ lưới trời lồng lộng, tuy thưa mà không để lọt mảy lông. Trời cao có cần gì phải mượn người đời thay mình giữ phép?

19. Phá được cứng mạnh không gì hơn búa đẻo, lửa đốt. Tuy cứng răng như sắt, đá cũng không chịu nổi. Thế mà búa, lửa riêng không hơn được nước. Trái lại còn bị nước làm mòn, nát và dập tắt.

20. Vua Việt Câu Tiễn vì nước nhà mà chịu sự ô nhục. Vua Lê Lợi trong thời phá Minh, vì nước nhà mà chịu sự tai họa, hoạn nạn như lúc Ngài thua trận, gia đình ly tán, Lê Lai phải chết thay.

21. Trương Mặc Sinh luận rằng: có oán lớn, chỉ lo hòa giải cho tan đi, tất nhiên không sao tránh khỏi còn lại chút oán thừa, như vậy đâu phải là một biện pháp tốt? Cho nên thánh nhân thường giữ mảnh bên trái tờ giao kèo mà không cầu, đòi ở kẻ khác. Nói như vậy có nghĩa là thánh nhân sửa trị thiên hạ chủ ở "không làm mà trị" nên chỉ cầm mảnh bên trái tờ khế ước, cầu sao cho phù hợp với chữ tín là đủ, không chịu khắc nghiệt cầu, đòi ở nhân dân. Thế thì trên dưới sẽ vui hòa, ngay từ căn bản lòng oán giận đã không có cớ phát sinh, còn nói gì tới oán hờn mà đợi chờ điều giải. Bởi thế, ông vua có đức thường nắm giữ mảnh bên trái tờ khế ước, quyết không quấy nhiễu quần chúng. Ông vua vô đạo mới chủ trương đặt nhiều luật lệ, dùng nhiều hình pháp chém giết để mặc ý thỏa tình biểu thị oai võ với quốc dân. Nhưng đạo trời không riêng thân yêu người nào, chỉ hằng trợ giúp kẻ có đức mà thôi,

con người vô đức hãy nên tự xét lại mình, mau liệu bề cảnh giác.

22. Hà Giám Tôn rằng: nước nhỏ, dân ít, ở vào giữa khoảng nước lớn, dân nhiều, tuy khó cai trị, nhưng nếu thể theo cái dụng của đạo mà gắng công giữ gìn quốc dân không bị rối loạn vì những nghề khéo, lạ, tục hoang đàng, thì dẫu cho nhiều khí cụ sắc bén, lợi gấp mười gấp trăm sức người ta, vẫn có thể không cần dùng gì đến. Vật cần dùng chẳng qua là cày, bừa, mai, cuốc, khiến dân sống thỏa mãn, của thường đầy đủ, tự nhiên họ coi trọng sự chết, mà không lìa xa chỗ ở; trọng sự chết vì vui sống, không dời chỗ ở vì làm ăn yên nghiệp; sinh ở đất nào đủ sống ở đất ấy, thuyền, xe tuy có, nhưng không phải cỡi, phải ngồi. Không có những truyện tranh giành, trong không trộm cướp, ngoài không gây oán với lân bang, áo giáp, đồ binh sắm đủ song không mặc, không mang, không bày. Trên không thôi thúc thuế khóa cho nhiều, dưới không kiện cáo lôi thôi. Thói tục mộc mạc đơn giản, việc quan hầu như không có gì. Dân có thể chỉ thắt nút giây thừng để ghi việc là đủ vậy. Ăn thì lúa dẻ, lúa mạch, ngon vì của mình cấy. Mặc thì vải thô vải bông, đẹp vì của mình dệt. Không cầu năm mùi, năm sắc làm mê loạn, thành ra dân ở yên nơi yên chốn, vui với phong tục, dù nước láng giềng cùng trông thấy, nghe rõ nhau tiếng gà gáy tiếng chó xủa, nhưng không ai có ý dời chỗ để đi xa. Trong nước không có việc mang binh mặc giáp, đi thú, đóng đồn. Dân đến già chết không qua lại với nhau. Không phải bị ai cầm đoán trử ngăn, nhưng vốn vì việc giao thiệp hàng ngày không cần, mà câu chuyện rong ruổi chốn chiến trường hay đào vong lánh nạn chiến tranh lại càng không có nữa. Phàm có khí cụ không dùng,

có thuyền xe không đi, có binh giáp không mang, không mặc, đều vì theo đạo, tự nhiên thành ra như thế, chứ không phải do pháp lệnh bắt buộc. Mộc mạc đã hóa ra lề thói, dân sẽ thấy ăn ngon mặc đẹp, ở yên, vui với nếp sống của mình. Thánh nhân sửa trị, hiệu quả hiển hiện rõ ràng. Khi nếp sống đã lâu dần thành quen, câu chuyện "rủ áo, chắp tay, thiên hạ thái bình" không còn là một huyền thoại hay là ảo mộng.

23. Tiêu Hanh giải rằng: người ta được sách của Lão Tử mà thưởng thức, thấy gần cái đẹp; thấy xét đến cùng sự lý của vạn vật, không điểm nào không tới nơi tới chốn, nhường như đã gần cái biện bác và cái hiểu biết rộng rãi bao la. Tuy nhiên lại chưa biết rằng còn cái - tin thực mà không đẹp, thiện mà không biện bác, biết mà không học rộng - nằm ở bên trong. Thế là thế nào? Ấy vì những điều nói qua năm nghìn lời đều là đạo không chứa, cất, trống không. Không chứa, cất, trống không, nên lòng không bị ràng buộc, giam cầm, ấy nói mà không nói vậy! Bởi thế không phải không làm cho người, không thi thố, nhưng chưa từng phân chia ra là ta "có"; không phải không đem cho người, nhưng chưa từng khiến được cái ta vốn có nhiều, bị hao tổn. Thế thì ghét biện bác, ghét học rộng là tại làm sao? Chỉ vì cứ giữ chặt lấy ý kiến của mình để cùng thiên hạ đua tranh là thuộc hạng "càng nói càng hết" chứ không phải đạo trời. Học giả trong lòng thấu suốt lẽ trên mà quên được năm ngàn lời trong sách này thì cuốn Đạo Đức Kinh đã hiểu hơn phân nửa.

Các Sách Đọc Thêm

1. Bukkyo Dendo kyokai, *The Teaching Of Budda*, Society For Promotion Of Buddhism, 1995.

2. Chang Chung Yuan, *Original Teachings Of Ch'an Buddhism*, Grove Press, Inc., 1969.

3. David Scott, Tony Doubleday, *The Elements Of Zen*, Barns & Noble, Inc., 1997.

4. Đào Duy Anh, *Việt Nam Văn Hóa Sử Cương*, T.P. Hồ Chí Minh, 1992.

5. Eckhart Tolle, *The Power of Now*, New World Library and Namaste Publishing, 1999.

6. Ellen M. Chen, *The Tao Te Ching*, Paragon House, 1989.

7. Giáp Văn Cường, *Lão Tử: Đạo Đức Huyền Bí*, Đồng Nai, 1995.

8. John Heider, *The Tao Of Leadership*, Batam Books, 1988.

9. Kim Định, *Việt Lý Tố Nguyên*, An Tiêm, 2001.

10. Lý Tế Xuyên, *Việt Điện U Linh Tập*, Dịch Giả Lê Hữu Mục, Khai Trí, 1960.

11. Man-Ho Kwok, Martin Palmer, Jay Ramsay, *Tao Te Ching*, Barns & Noble Books, 1993.

12. Michael Reagan, *The Holy Bible*, Illuminated Family Edition, Skyhorse Publishing, 2000.

13. Nghiêm Toản, *Lão Tử Đạo Đức Kinh*, Khai Trí, 1971.

14. Nguyễn Duy Cần, *Lão Tử Tinh Hoa*, Đại Nam.

15. Nguyễn Hiến Lê, *Luận Ngữ*, Văn Học, 1994.

16. Nguyễn Hiến Lê, *Mặc Học*, Văn Hóa, 1995.

17. Nguyễn Hiến Lê, *Trang Tử Và Nam Hoa Kinh*, Văn Hóa – Thông Tin, 1994.

18. Nguyễn Hiến Lê, *Tuân Tử*, Văn Hóa, 1994.

19. Nguyễn Hồng Trang, *Trang Tử: Trí Tuệ Của Tự Nhiên*, Đồng Nai, 1995.

20. Nguyễn Hữu Liêm, *Tự Do Và Đạo Lý*, Biển Mới, 1993.

21. Phạm Văn Sơn, *Việt Sử Toàn Thư*, Khai Trí, 1972.

22. Nguyễn Văn Trương, Đinh Kim Quốc Bảo, *Từ Điển Anh-Anh-Việt*, Văn Hóa Thông Tin, 2008.

23. Phanxicôxavie Nguyễn Văn Thuận TGM, *Đường Hy Vọng*, Spes-Divine Compassion Publications, 1991.

24. Phùng Quý Sơn, *Mạnh Tử*, Đồng Nai, 1995.

25. Ralph Alan Dale, *Tao Te Ching*, Fall River Press, 2002.

26. Ray Grigg, *The Tao Of Relationships*, Batam Books, 1988.

27. Tư Mã Thiên, *Sử Ký*, Dịch Giả Phan Ngọc, Văn Hóa Thông Tin, 1999.

28. Vũ Kim Biên, *Văn Hiến Làng Xã Vùng Đất Tổ Hùng Vương*, Trung Tâm UNESCO Thông Tin Tư

Liệu Lịch Sử Và Văn Hóa Việt Nam và Cơ Sở Văn Hóa Thông Tin Thể Thao Phú Thọ, 1999.

29. William Scott Wilson, *Tao Te Ching*, Shambhala Publicattions, Inc., 2012.

www.ingramcontent.com/pod-product-compliance
Lightning Source LLC
Chambersburg PA
CBHW051538120626
46551CB00013B/1278